escola - ilé-ìwé	2
viatge - ìrìn àjò	5
transport - ọkọ̀	8
ciutat - ìlú	10
paisatge - ẹlẹ́bùú	14
restaurant - ilé oúnjẹ	17
supermercat - ibi ìtajà	20
begudes - ohun mímu	22
menjar - oúnjẹ	23
granja - oko	27
casa - ilé	31
sala d'estar - yàrá ìgbé	33
cuina - ilé ìdáná	35
bany - ilé ìwẹ̀	38
cambra de nen - yàrá ọmọdé	42
roba - aṣọ	44
oficina - ọfisi	49
economia - ọrọ̀ ajé	51
oficis - àwọn iṣẹ́ ààyò	53
eines - àwọn irinṣẹ́	56
instrument de música - àwọn irinṣẹ́ orin	57
zoo - ibi ẹranko	59
esports - àwọn eré ìdárayá	62
activitats - àwọn iṣẹ́	63
família - ẹbí	67
cos - ara	68
hospital - ilé ìwòsàn	72
urgència - pàjáwìrì	76
terra - Ayé	77
rellotge - aago	79
setmana - ọ̀sẹ̀	80
any - ọdún	81
formes - àwọn ìrísí	83
colors - àwọn àwọ̀	84
oposats - òdì	85
nombres - nọ́mbà	88
llengües - àwọn èdè	90
qui / què / com - tani / kínni / báwo	91
on - níbo	92

Impressum
Verlag: BABADADA GmbH, Nedderfeld 112 , 22529 Hamburg
Geschäftsführer / Verlagsleitung: Harald Hof
Druck: Books on Demand GmbH, In de Tarpen 42, 22848 Norderstedt

Imprint
Publisher: BABADADA GmbH, Nedderfeld 112 , 22529 Hamburg, Germany
Managing Director / Publishing direction: Harald Hof
Print: Books on Demand GmbH, In de Tarpen 42, 22848 Norderstedt

escola
ilé-ìwé

- dividir — pínpín
- tauler — pẹpẹ
- classe — yàrá ìkàwé
- pati (de l'escola) — yáàdì ilé-ìwé
- professor — olùkọ́
- paper — pépà
- estilogràfica — kálàmù
- escriptori — dẹsiki
- escriure — kọ̀wé
- regle — rúlà
- llibre — ìwé
- estudiant — akẹ́kọ̀ọ́

bossa
òrá

estoig
àpò pẹnsuru

llapis
pẹnsuru

maquineta de fer punta
olùgbẹ́ pẹnsuru

goma
rọ́bà

bloc de dibuix
bọ́tìnnì yíyàwòrán

dibuix
yíyàròwán

pinzell
burọ̣si ọdà

capsa de pintures
àpótí ọdà

tisores
sisọsi

cola
gúlù

quadern d'exercicis
ìwé iṣẹ́

deures
iṣẹ́ àmúrelé

nombre
nọ́mbà

afegir
àfikún

sostreure
àyọkúrò

multiplicar
ìsọdipúpọ̀

calcular
ṣírò

lletra
lẹ́tà

alfabet
alábídí

mot
ọ̀rọ̀ síso

escola - ilé-ìwé

text
òrò kíkọ

llegir
kàwé

guix
ṣọ́ọkì

lliçó
ìkẹ́kọ̀ọ́

llibre de classe
forúkọsílẹ̀

examen
ìdánwo

certificat
ìwé-ẹ̀rí

uniforme escolar
aṣọ ilé-ìwé

formació
ẹ̀kọ́

enciclopèdia
ìwé ìmọ̀

universitat
yunifasiti

microscopi
ẹ̀rọ gbohùngbohùn

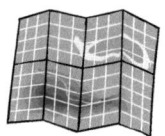

mapa
àwòrán àgbáyé

paperera
agbọ̀n ìdalẹ̀nù

escola - ilé-ìwé

viatge
ìrìn àjò

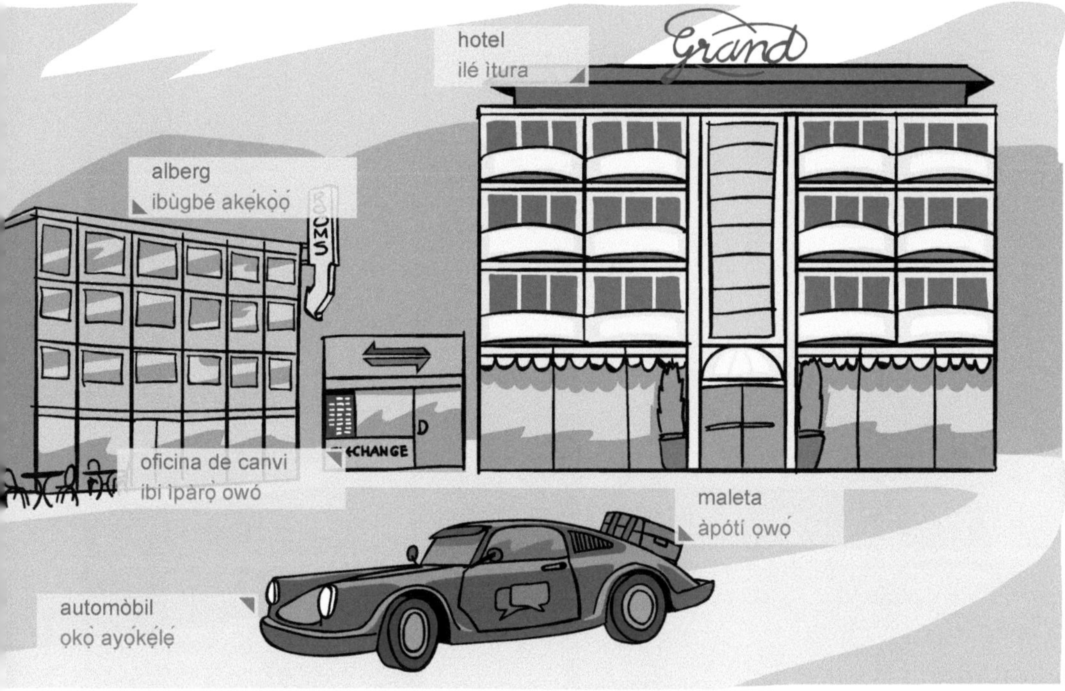

hotel
ilé ìtura
Grand
alberg
ibùgbé akẹ́kọ̀ọ́
ROOMS
oficina de canvi
ibi ìpàrọ̀ owó
EXCHANGE
maleta
àpótí ọwọ́
automòbil
ọkọ̀ ayọ́kẹ́lẹ́

llengua

èdè

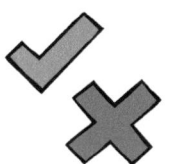

sí / no

bẹ́ẹ̀ni / bẹ́ẹ̀kọ́

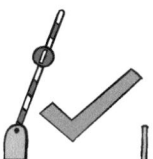

D'acord

Ó dára

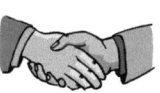

salut

ẹpẹ̀lẹ́

traductor

olùtúmọ̀ èdè

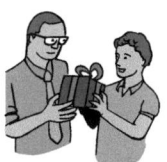

gràcies

O ṣeun

Quant costa... ?
èló ni... ?

No entenc
Kò yé mi

problema
ìṣòro

Bona nit!
Ẹ káalẹ́!

bon dia!
Ẹ kaarọ!

bona nit!
Ẹ káalẹ́!

fins aviat
ódìgbà

direcció
ìtọ́ni

bagatge
ẹrù-ẹni

bossa
báàgì

sarrona
àpò ẹ̀yìn

convidat
àlejò

cambra
yàrá

sac de dormir
báàgì ibùsùn

tenda
àgọ́

viatge - ìrìn àjò

oficina de turisme
àlàyé arìnrin àjò

platja
òkun

carta de crèdit
káàdì arọ́pò owó

esmorzar
oúnjẹ àárọ̀

dinar
oúnjẹ ọ̀sán

sopar
oúnjẹ alẹ́

bitllet
tikẹti

ascensor
ìgbésókè

segell
èdìdí

frontera
àlà

duana
àwọn àṣà

ambaixada
ibi iwé ìrìnà

visat
fisa

passaport
ìwé ìrìnà

viatge - ìrìn àjò

transport
ọkọ̀

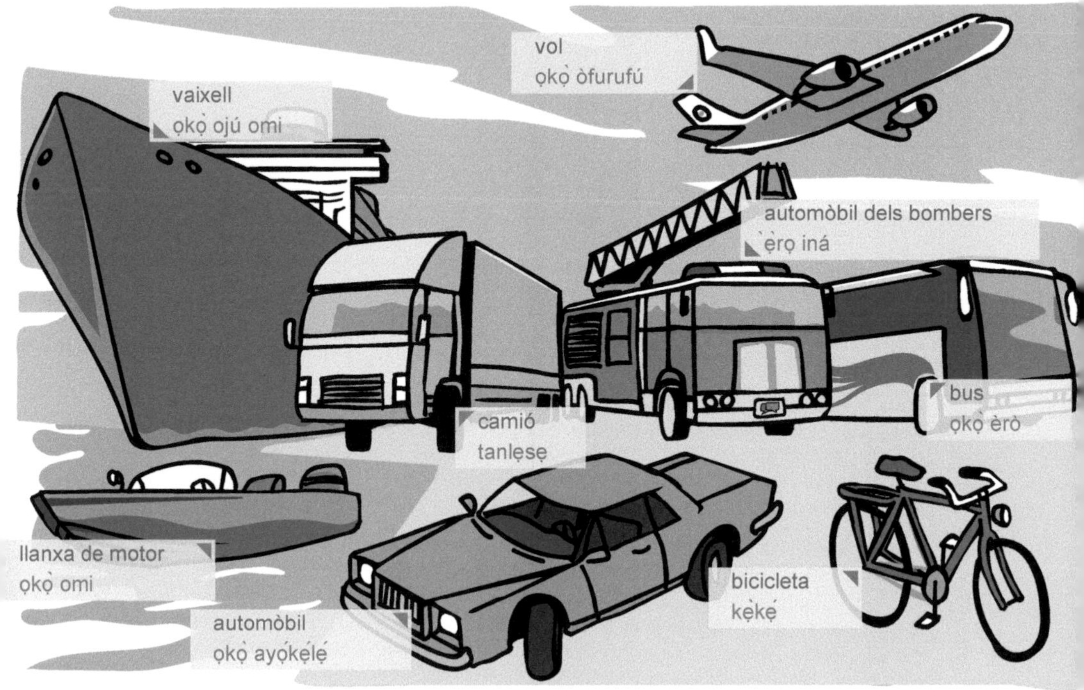

vol
ọkọ̀ òfurufú

vaixell
ọkọ̀ ojú omi

automòbil dels bombers
ẹ̀rọ iná

bus
ọkọ̀ èrò

camió
tanlẹsẹ

llanxa de motor
ọkọ̀ omi

bicicleta
kẹ̀kẹ́

automòbil
ọkọ̀ ayọ́kẹ́lẹ́

transbordador

ọpán

barca

ọpọ́n ojú omi

moto

atapùpù

automòbil de policia

ọkọ̀ ọlọ́pàá

automòbil de curses

ọkọ̀ ìsáré

automòbil de lloguer

ọkọ̀ yíyá

transport - ọkọ̀

vehicle compartit — grua — camió de les escombraries
àpínlò ọkọ̀ — ìgbọ́kọ̀ — ọkọ̀ dída ilẹ̀ nù

motor — benzina — benzineria
manto — epo — ilé epo

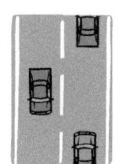

senyal de trànsit — trànsit — embús
àmì ìwakọ̀ — ìwakọ̀ — súnkẹrẹ

aparcament — estació de trens — vies
ibi ìgbọ́kọ̀sí — ibùdókọ̀ ojú irin — àwọn òpópó

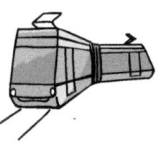

tren — tramvia — vagó
ọkọ̀ ojú irin — ọkọ̀ ori ilẹ̀ — ẹrù

transport - ọkọ̀

helicòpter	aeroport	torre
ẹlikọputa	ibùdókọ̀ òfurufú	òpó

passatger	contenidor	capsa de cartó
èrò	ibi ìpamọ́	katun

  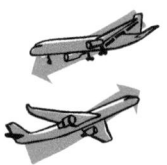

carretó	cistella	enlairar-se / aterrar
apẹ̀rẹ̀	agbọ̀n	gbéra / balẹ̀

ciutat
ìlú

poble	centre de la ciutat	casa
abúlé	àárín ìlú	ilé

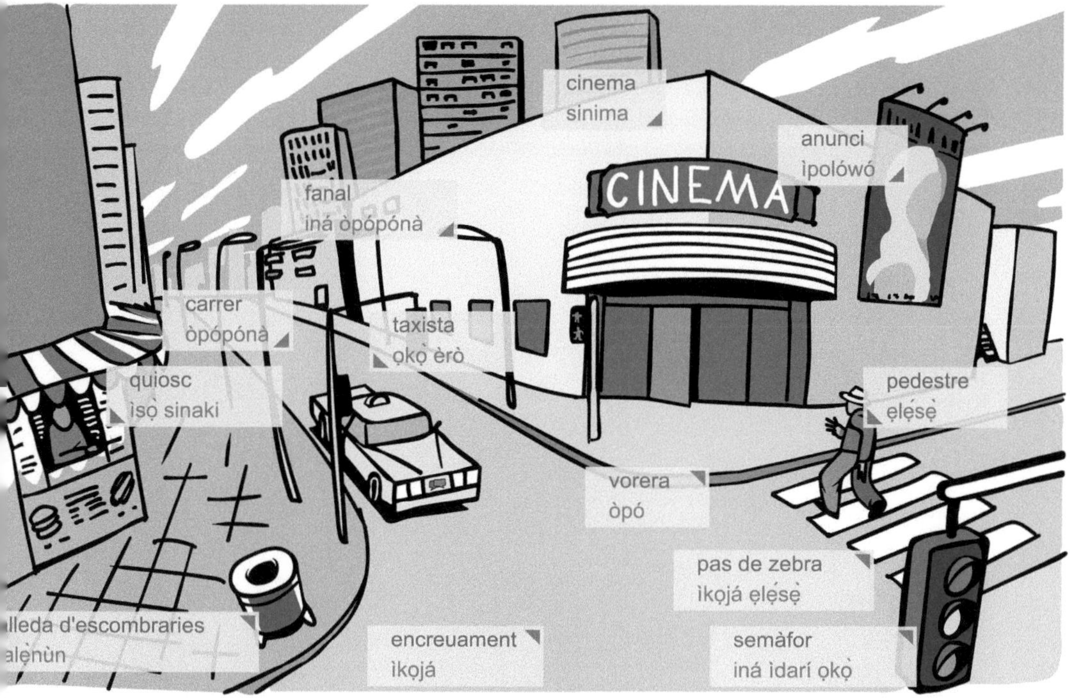

cinema
sinima

anunci
ìpolówó

fanal
iná òpópónà

carrer
òpópónà

taxista
okò èrò

quiosc
isò sinaki

pedestre
ęlę́sę̀

vorera
òpó

pas de zebra
ìkojá ęlę́sę̀

lleda d'escombraries
alęnùn

encreuament
ìkojá

semàfor
iná ìdarí okò

cabana
abà

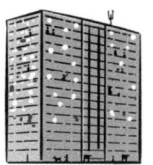

apartament
filati

estació de trens
ibùdókò ojú irin

casa de la vila-ciutat
ojúde

museu
musiǫmu

escola
ilé-ìwé

ciutat - ìlú

universitat
yunifasiti

banca
ilé ìfowópamọ́

hospital
ilé ìwòsàn

hotel
ilé ìtura

farmàcia
olùta ògùn

oficina
ọfisi

llibreria
ìsọ̀ ìwé

botiga
ìsọ̀

floristeria
òdòdó

supermercat
ibi ìtajà

mercat
ọjà

gran magatzem
ibi ẹka iṣẹ́

peixateria
ibi ẹja

centre comercial
ibi ìrajà

port
bèbè omi

ciutat - ìlú

parc
ibi igbafẹ́

banc
àga

pont
afárá

escala
àgàsọ̀

metro
abẹ́ ilẹ̀

túnel
ihò ilẹ̀

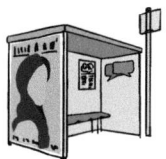
baixada d'autobús
ibùdókọ̀

bar
ilé ọtí

restaurant
ilé oúnjẹ

bústia de correu
àpótí ifiwéránṣẹ́

senyal indicador
àmì òpópónà

parquímetre
mita ìgbọ́kọ̀sí

zoo
ibi ẹranko

piscina
ibi ìwẹ̀

mesquita
mọ́sáláṣí

ciutat - ìlú

granja
oko

pollució
ìdọ̀tí

cementiri
ibi ìsìnkú

església
ilé ìjọsìn

parc infantil
ibi ìṣeré

temple
tẹmpili

paisatge
ẹlẹ́bùú

- fulla — ewé
- cartell indicador — ajúwe
- camí — ọ̀nà
- prat — ilẹ̀ koríko
- pedra — òkúta
- arbre — igi
- excursionista — olùrin
- riu — odò
- gespa — kóriko
- flor — òdòdó

vall
kòtò

muntanya
òkè

llac
adágún omi

bosc
aginjù

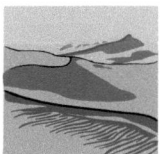
desert
aṣálẹ̀

volcà
ilẹ̀ ríru

castell
ibùgbé

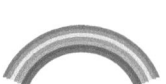
arc de Sant Martí
òṣùmàrè

bolet
esun

palmera
ọ̀pẹ

moscard
ẹ̀fọn

mosca
eṣinṣin

formiga
kòkòrò

abella
oyin

aranya
alantakun

paisatge - ẹlẹ́bùú

escarabat
làbọnlàbọn

granota
ọ̀pọ̀lọ́

esquirol
ọkẹ́rẹ́ ńlá

eriçó
sẹ́sẹ́

llebre
ọ̀kẹ́rẹ́

òliba
òwìwí

ocell
ẹyẹ

cigne
pẹ́pẹ́yẹ ńlá

senglar
ẹlẹ́dẹ́ igbó

cervo
àgbọ̀nrín

ant
àgbọ̀nrín ńlá

presa
adágún

turbina
ọ̀pá afẹ́fẹ́

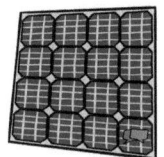

panell solar
panẹ́ẹ̀lì òrùn

clima
ojú-ọjọ́

paisatge - ẹlẹ́bùú

restaurant
ilé oúnjẹ

- cambrer / agbóunjẹ
- menú / àkọsílẹ̀ oúnjẹ
- cadira / àga
- sopa / ọbẹ
- pizza / pisa
- coberts / ọbẹ
- tovalla / aṣọ tábìlì

primer plat
ìpanu

plat principal
oúnjẹ gangan

darreries
ìpanu lẹ́yin oúnjẹ

begudes
ohun mímu

menjar
oúnjẹ

ampolla
ìgò

restaurant - ilé oúnjẹ

menjar ràpid
oúnjẹ kíá

menjar de carrer
oúnjẹ òpópónà

tetera
abọ́ tii

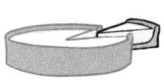

sucrer
abọ́ ṣúgà

porció
ìpín

màquina d'espresso
ẹ̀rọ ẹsipirẹso

trona
àga gíga

factura
ináwó oṣoṣù

plata
tire

ganivet
ọbẹ

forquilla
fọ́ọ̀kì

cullera
ṣíbí

cullereta
ṣíbí tii

tovalló
pẹ́pà ìnuwọ́

got
gilasi

restaurant - ilé oúnjẹ

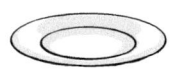

plat
abọ́

plat de sopa
abọ́ ọbẹ̀

plateret
pẹlẹbẹ

salsa
ọbẹ̀

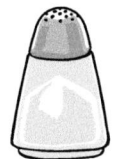

saler
kòkò iyọ̀

molinet de pebre
ilọta

vinagre
fẹniga

oli
òróró

espècies
èròjà

quètxup
kẹsọpu

mostassa
mọsitadi

maionesa
mayonesi

restaurant - ilé oúnjẹ

supermercat
ibi ìtajà

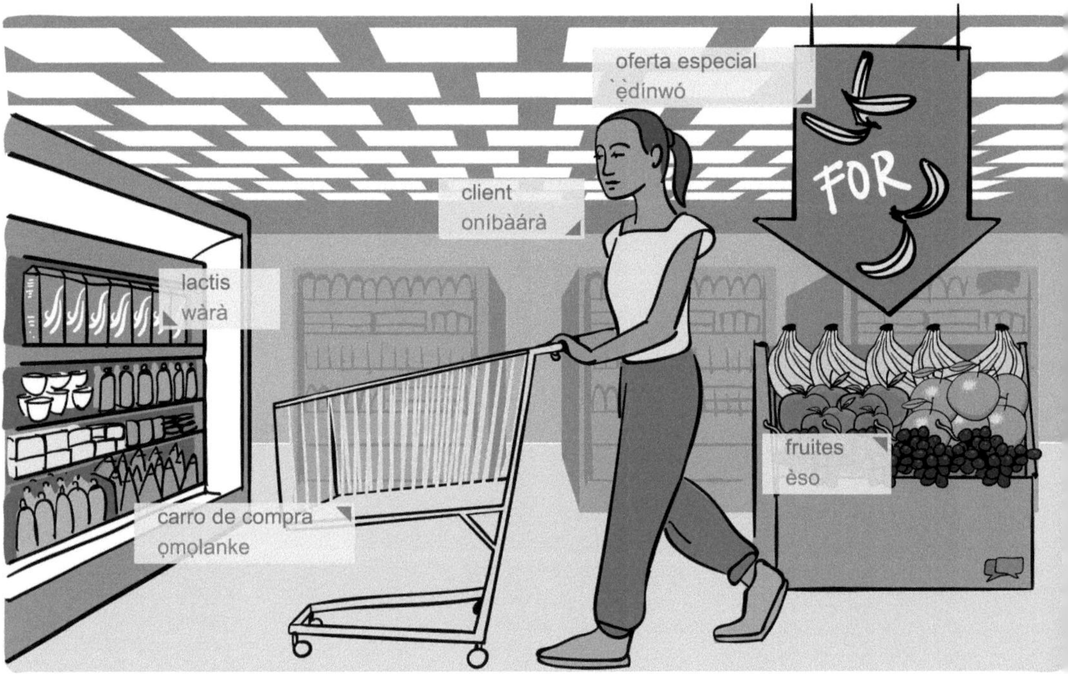

oferta especial
ẹ̀dínwó
client
oníbàárà
lactis
wàrà
FOR
fruites
èso
carro de compra
ọmọlanke

BUTCHERS

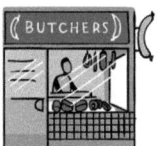

carnisseria

alápatà

BAKERY

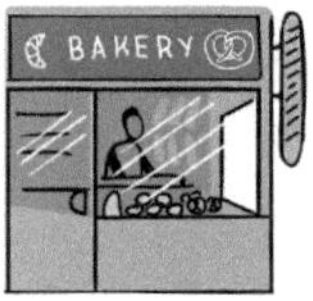

forn de pa

beka

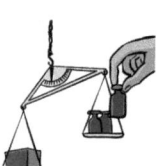

moure

wọ̀n

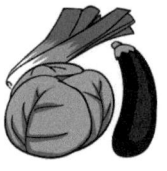

verdures

ewébẹ̀

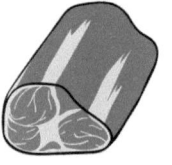

carn

ẹran

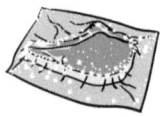

menjar congelat

oúnjẹ dídì

carn freda
ẹran tútù

conserves
oúnjẹ agolo

detergent en pols
ọṣẹ ìfọṣọ

dolços
àdíndùn

articles domèstics
àgbéjáde ẹbí

productes de neteja
ohun ìtọ́jú

venedora
olùtajà

caixa registradora
tili

caixer
akawó

llista de la compra
àkójọ ìrajà

horari d'obertura
wákàtí ìbẹ̀rẹ̀

portamonedes
ìpamọ́

carta de crèdit
káàdì arọ́pò owó

bossa
báàgì

bossa de plàstic
báàgì ọ̀rá

supermercat - ibi ìtajà

begudes
ohun mímu

aigua
omi

suc
omi èso

llet
wàrá

coca-cola
koki

vi
waini

cervesa
bia

alcohol
ọtí líle

cacau
kòkó

te
tii

cafè
kọfí

espresso
ẹsipirẹso

cappuccino
kapusino

menjar
oúnję

banana
ògèdè

poma
apu

taronja
ọsàn

síndria
`ẹ̀gúsí

llimona
òronbò

pastanaga
karọti

all
galiki

bambú
ọparun

ceba
àlùbọ́sà

bolet
esun

avellanes
`ẹ̀pà

fideus
nodu

espaguetis
sipajẹti

arròs
ìrẹsì

amanida
saladi

patates fregides
ìpanu

patates fregides
ànàmọ́ díndín

pizza
pisa

hamburguesa
bọ́gà

entrepà
sanwiṣi

escalopa
ẹran sísun

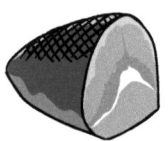

cuixot
ẹsẹ̀ ẹlẹ́dẹ̀

salami
salami

salsitxa
sọseji

pollastre
ẹran ẹdiyẹ

rostit
sun

peix
ẹja

menjar - oúnjẹ

flocs de civada
oti pọreji

musli
musẹli

cereals
confulakisi

farina
iyẹfun

croissant
kirosanti

panet
rolu búrẹdì

pa
burẹdi

torrada
dín

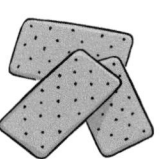

bescuits
bisikiti

mantega
bọ́tà

quallada
kọdu

pastís
keki

ou
ẹyin

ou fregit
ẹyin díndín

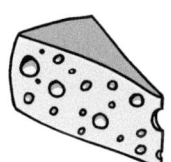

formatge
ṣiṣi

menjar - oúnjẹ

gelat
aisi kirimu

sucre
ṣúgà

mel
oyin

melmelada
jamu

crema de xocolata
àfira ṣokoleti

curri
kọri

menjar - oúnjẹ

granja
oko

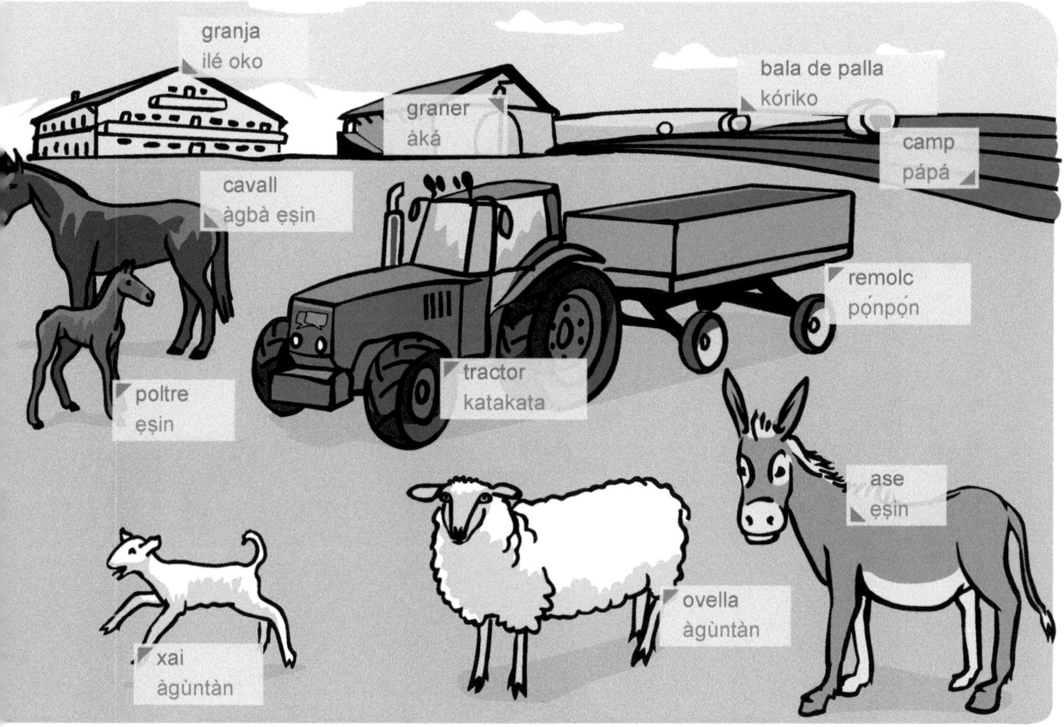

granja
ilé oko

bala de palla
kóriko

graner
àká

camp
pápá

cavall
àgbà ẹṣin

remolc
pọ́npọ́n

poltre
ẹṣin

tractor
katakata

ase
ẹṣin

xai
àgùntàn

ovella
àgùntàn

cabra
ewúrẹ́

vaca
máàlù

vedella
ọ̀dọ́ àgùntàn

porc
ẹlẹ́dẹ̀

garrí
ọmọ ẹlẹ́dẹ̀

bou
àgbò

oca
ọmọ pẹ́pẹ́yẹ

ànec
pẹ́pẹ́yẹ

poll
ọmọ adìyẹ

gall
adìyẹ

gallina
àkùkọ

rata
èkúté

gat
olóngbò

ratolí
eku

bou
kẹtẹkẹtẹ́

gos
ajá

gossera
ilé ajá

mànega de reg
ọ̀pá ogbà

regadora
abọ́ omi

dalla
scythe

arada
ọkọ̀ irúgbìn

granja - oko

falç
abẹ oko

aixada
ọkọ́

rastell
irinṣẹ́ kóriko

destral
ààké

carretó
wilibaro

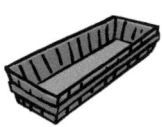

abeurador
àgbá

lletera
abọ́ wàrà

sac
àpò

tanca
ògiri

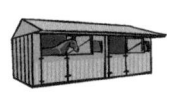

establa
pẹpẹ oko

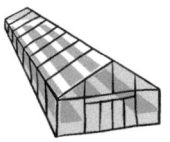

hivernacle
ibi ìdáko

sòl
ilẹ̀

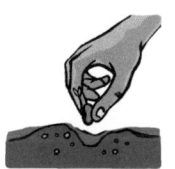

llavor
irúgbìn

adob
ajílẹ̀

collidora
àkópọ̀ olùkórè

granja - oko

collir
ìkórè

collita
ìkórè

nyam
iṣu

blat
bàbà

soja
soya

patata
ànàmọ́

blat de moro o d'indi
àgbàdo

colza
irúgbìn rapu

arbre fruiter
igi èso

mandioca
ègé

cereals
jéró

granja - oko

casa
ilé

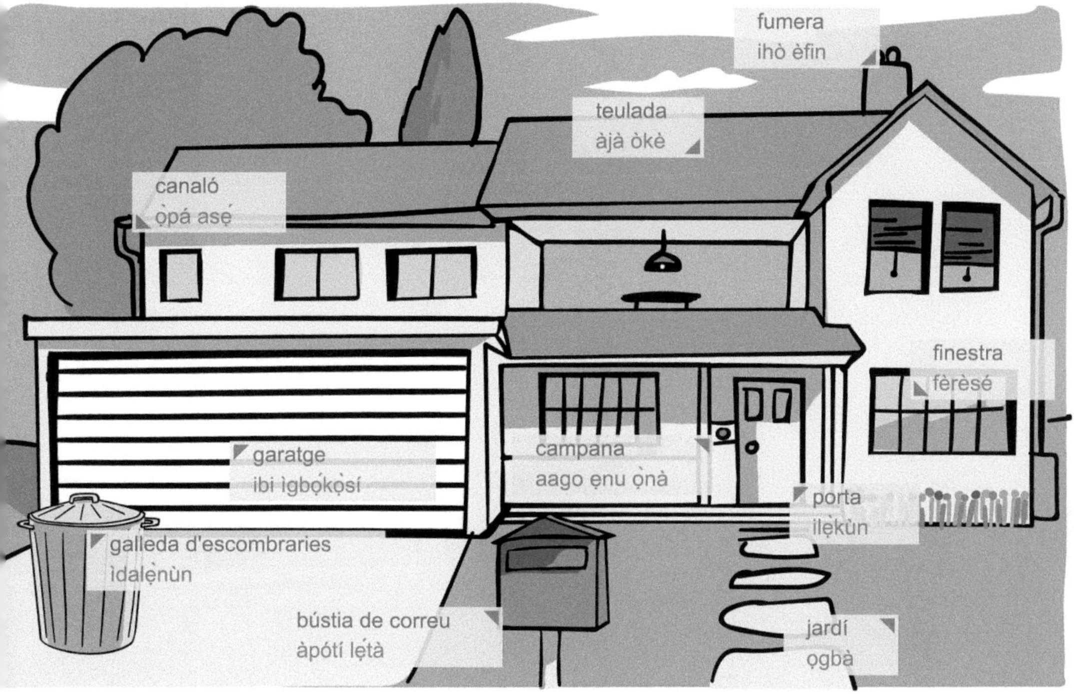

- fumera / ihò èfin
- teulada / àjà òkè
- canaló / òpá asẹ́
- finestra / fèrèsé
- garatge / ibi ìgbọ́kọ̀sí
- campana / aago ẹnu ọ̀nà
- porta / ilẹ̀kùn
- galleda d'escombraries / ìdalẹ̀nùn
- bústia de correu / àpótí lẹ́tà
- jardí / ọgbà

sala d'estar
yàrá ìgbé

bany
ilé ìwẹ̀

cuina
ilé ìdáná

cambra de dormir
yàrá ìbùsùn

cambra de nen
yàrá ọmọdé

menjador
yàrá ìjẹun

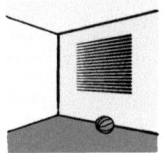

sòl
ilẹ̀

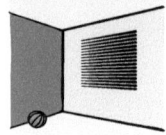

paret
ògiri ilé

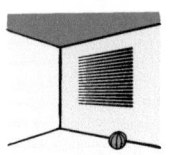

sostre
àjà

soterrani
sẹla

sauna
sauna

balcó
ọdẹdẹ̀

terrassa
ọ̀nà

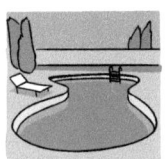

piscina
ibi ìwẹ̀

tallagespa
ẹ̀rọ ìgéko

vànova
ojú-ewé

cobrellit
aṣọ orí ibùsùn

llit
ibùsùn

escombra
ọwọ̀

galleda
garawa

interruptor
yípo

casa - ilé

sala d'estar
yàrá ìgbé

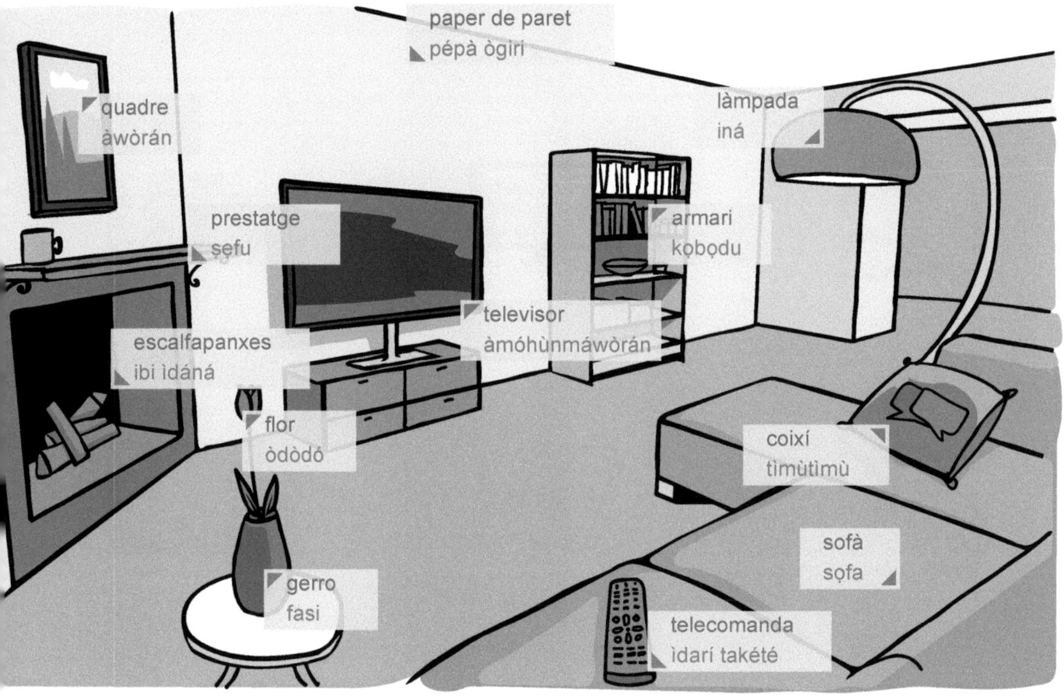

- paper de paret / pépà ògiri
- quadre / àwòrán
- làmpada / iná
- prestatge / sẹ́fù
- armari / kọ́bọ́dù
- escalfapanxes / ibi ìdáná
- televisor / àmóhùnmáwòrán
- flor / òdòdó
- coixí / tìmùtìmù
- gerro / fasí
- sofà / sọ́fà
- telecomanda / ìdarí takété

catifa
kapẹ́tì

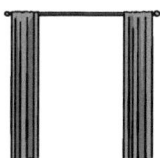

cortina
kọ́tínì

taula
tábìlì

cadira
àga

cadira gronxadora
àga amitìtì

cadiral
àga ọlọ́wọ́

llibre	llençol	decoració
ìwé	aṣọ ìbora	ọ̀ṣọ́

foguera	film	cadena de música
igi idáná	fíìmù	irinṣẹ́ hi-fi

clau	diari	pintura
kọ́kọ́rọ́	ìwé ìròyìn	kíkunlé

cartell	ràdio	bloc de notes
àlẹ̀mọ́	redio	ìkọ̀wé

aspiradora	cactus	candela
ufa	kakitọsi	àbẹ́là

sala d'estar - yàrá ìgbé

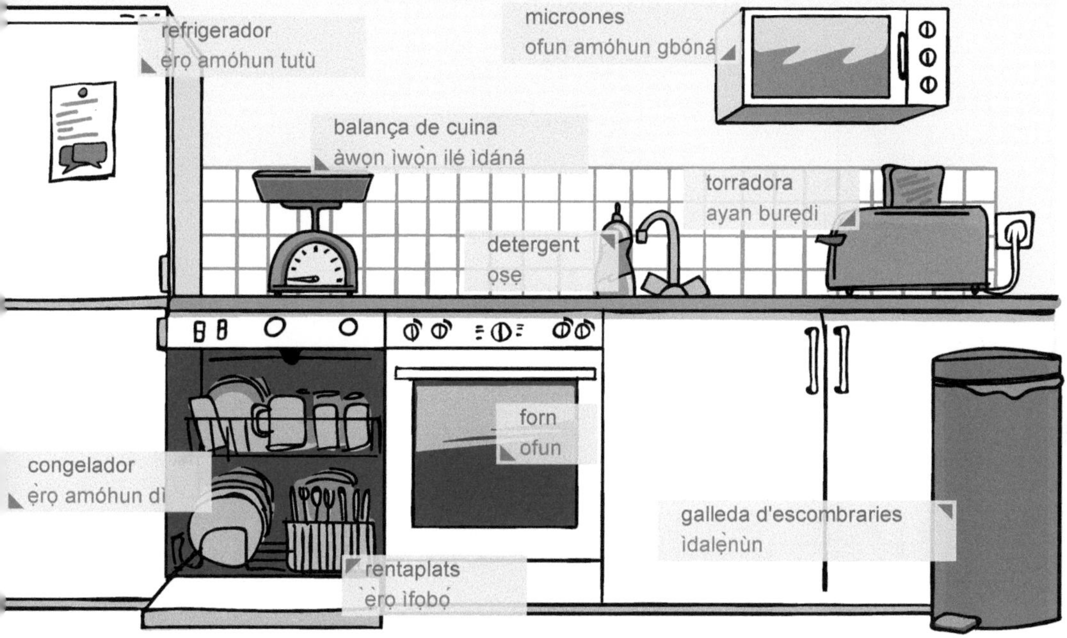

cuina
ilé ìdáná

- refrigerador — ẹ̀rọ amóhun tutù
- microones — ofun amóhun gbóná
- balança de cuina — àwọn ìwọ̀n ilé ìdáná
- torradora — ayan burẹ́dì
- detergent — ọṣẹ
- congelador — ẹ̀rọ amóhun dì
- forn — ofun
- galleda d'escombraries — ìdalẹ̀nùn
- rentaplats — ẹ̀rọ ifọbọ́

fogons
idáná

olla
ìṣasun

olla de ferro colat
ìṣasun irin

wok / karahi
wok / kadai

paella
panu

bullidor
kẹturu

olla de vapor
amoru

plata de forn
pẹpẹ ìdáná

vaixella
dídáná

tassó
ife gilasi

bol
àdému

bastonets xinesos
igi ìjẹun

culler
ladu

espàtula
ṣíbí kòtò

batedor
wisiki

colador
sitirena

sedàs
asẹ́

ratllador
gireta

morter
odó

barbacoa
àsun

fogó
ibi ìdáná

cuina - ilé ìdáná

taula de tallar
pẹpẹ gígé

corró
igi ìlọ̀

llevataps
kọkisukuru

pot de conserva
agolo

obridor
olùṣí agolo

agafador
àdìmú ìṣasun

aigüera
kòtò

raspall
burọṣi

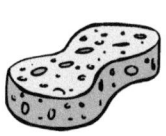
esponja
kaninkanin

batedora
ẹrọ ìlọta

congelador
ẹrọ amóhun dì oníkòtò

biberó
ohun ijẹun ọmọdé

aixeta
ẹnu ẹrọ omi

cuina - ilé ìdáná 37

bany
ilé ìwẹ̀

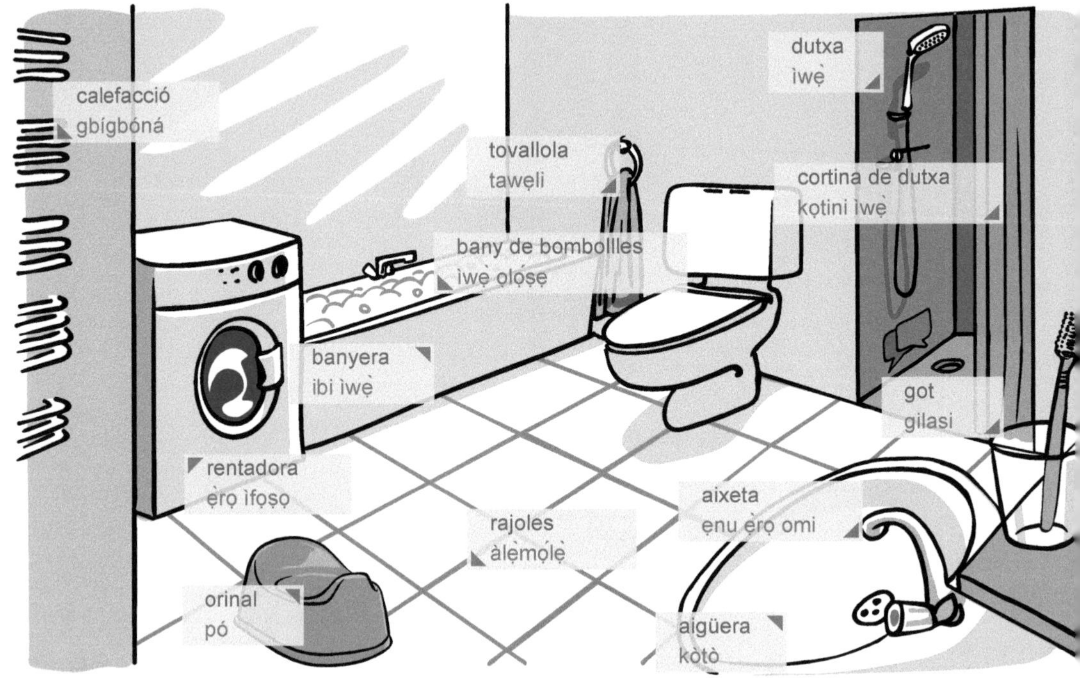

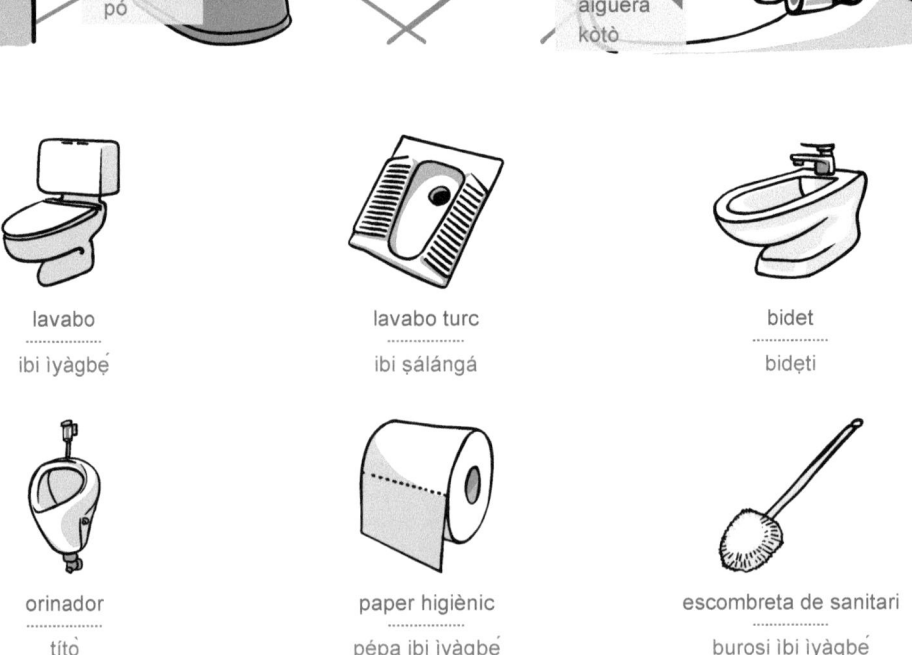

calefacció
gbígbóná

dutxa
ìwẹ̀

tovallola
tawẹli

cortina de dutxa
kọtini ìwẹ̀

bany de bombolllles
ìwẹ̀ olóṣẹ

banyera
ibi ìwẹ̀

got
gilasi

rentadora
èrọ ìfọsọ

aixeta
ẹnu èrọ omi

rajoles
àlẹ̀mọ́lẹ̀

orinal
pó

aigüera
kòtò

lavabo	lavabo turc	bidet
ibi ìyàgbẹ́	ibi ṣálángá	bidẹti

orinador	paper higiènic	escombreta de sanitari
títọ	pépa ibi ìyàgbẹ́	burọṣi ibi ìyàgbẹ́

bany - ilé ìwẹ̀

raspall de dents
igi ifọnu

pasta de dents
ọṣẹ ifọnu

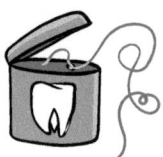

fil dental
filọsi eyin

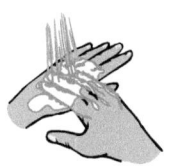

rentar
fọṣọ

pom de dutxa
iwẹ̀ ọlọ́wọ́

dutxa íntima
doṣi

rentamans
basin

raspall per a l'esquena
burọṣi ẹ̀yìn

sabó
ọṣẹ

gel de dutxa
gẹli ìwẹ̀

xampú
ọ̀ṣẹ irun

manyopla de bany
filanẹni

bonera
sẹ́

crema
ìpara

desodorant
olóòrùn dídún

mirall
dingi

mirall-espill de mà
díngi ọwọ́

maquineta de rasar
abẹ

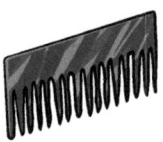

espuma de barbejar
fomu ifárungbọ̀n

loció post-rasada
lẹ́yìn ifarungbọ̀n

pinta
ìyarun

raspall
burọ̣si

eixugador
agbẹrun

laca
ìparun

maquillatge
ìmúra

pintallavis
ìtọ́tè

esmalt d'ungles
fanisi èkaná

cotó
òwú

tallaungles
sisọsi èkaná

perfum
pafumu

bany - ilé ìwẹ̀

necesser
báàgì ìwẹ̀

tamboret
àga

bàscula
ìwọ̀n

barnús
okùn ìwẹ̀

guants de goma
ìbọ̀wọ́ rọ́bà

tampó
tampun

compresa
ìnuwọ́

sanitari químic
ṣálángá kẹmika

bany - ilé ìwẹ̀

cambra de nen
yàrá ọmọdé

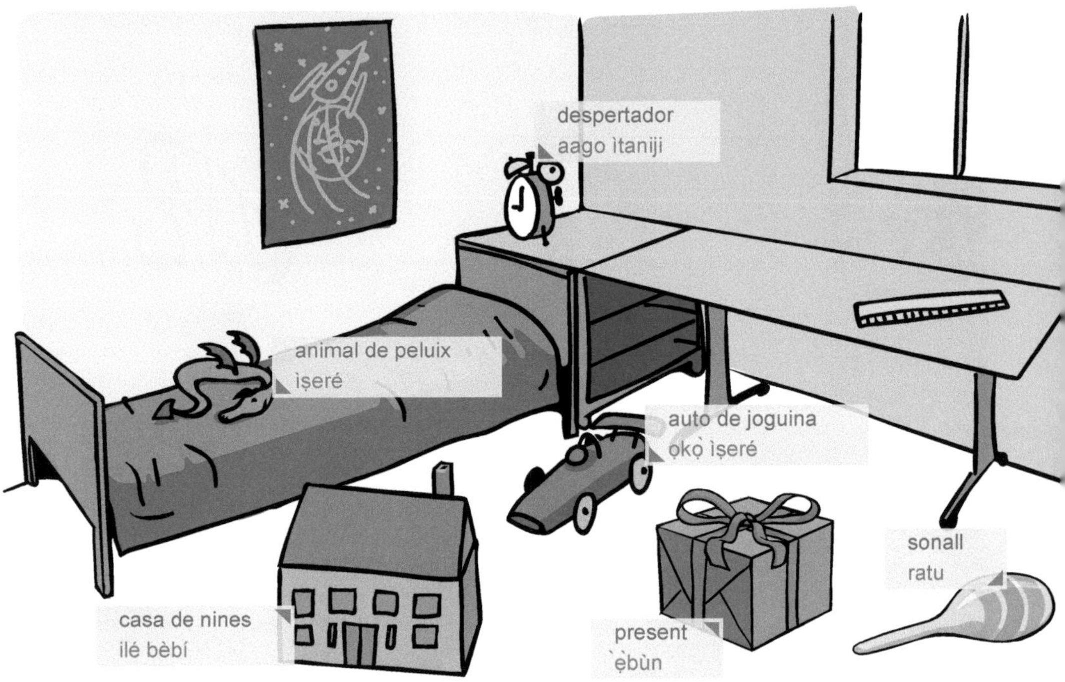

despertador
aago ìtaniji
animal de peluix
ìṣeré
auto de joguina
ọkọ̀ ìṣeré
sonall
ratu
casa de nines
ilé bèbí
present
ẹ̀bùn

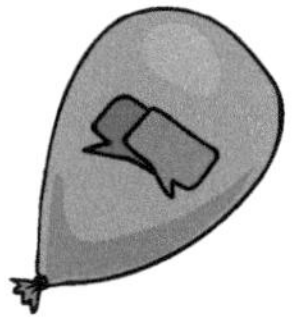

baló

fèrè

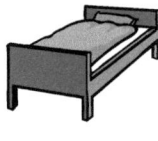

llit

ibùsùn

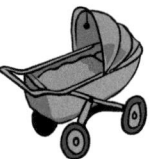

cotxet per a nens

ìgbọ́mọ

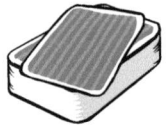

joc de cartes

àpapọ̀ káàdì

trencaclosca

ayùn

SUPER MEGA

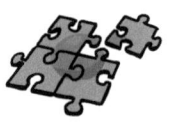

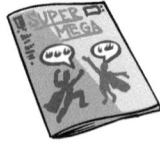

historieta

àwàdà

peces de lego
àwọn biriki

pedres de construcció
ohun ìṣeré

ninot d'acció
figọ iṣe

granota
ìdàgbàsókè

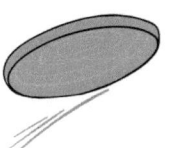

frisbee
firisibi

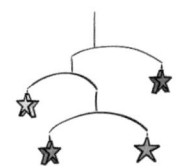

mòbil per a bressol
alágbèéká

joc de taula
eré pẹpẹ

daus
daisi

tren elèctric
àkópọ̀ ìkọ́ni àwọ̀ṣe

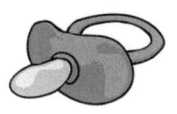

maniquí
dọmi

festa
ayẹyẹ

llibre de dibuixos
ìwé àwòrán

pilota
bọ́ọ̀lù

nina
bèbí

jugar
ṣeré

cambra de nen - yàrá ọmọdé

sorrera
kòtò yẹ̀pẹ̀

gronxador
jangilofa

joguines
àwọn ìṣeré

consola de jocs de vídeo
kọ́nsolu ìṣeré fídíò

tricicle
ẹlẹ́sẹ̀ mẹ́ta

osset de pelfa
bèbí ọmọdé

armari
ibi ìkaṣọsi

roba
aṣọ

mitjons
ṣọkisi

mitges
sitọkin

mitja pantaló
ṣòkòtò

roba - aṣọ

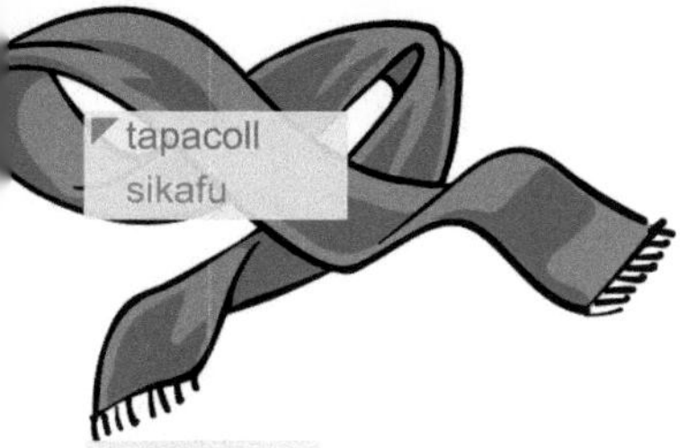

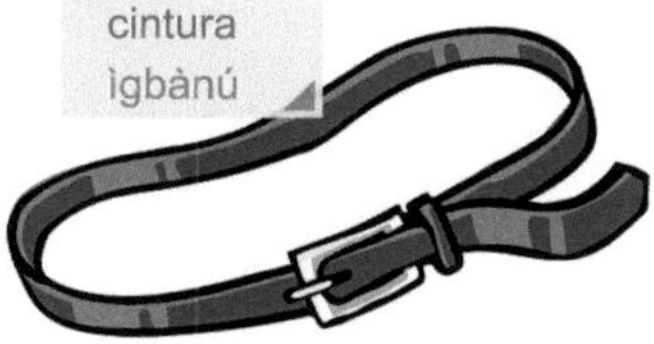

tapacoll
sikafu

paraigua
agbòjò

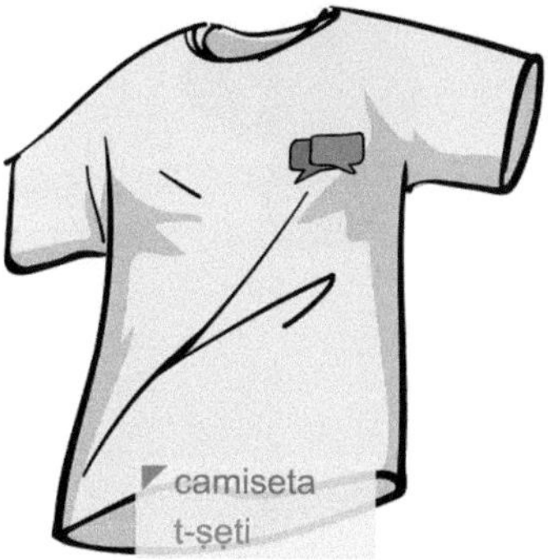

camiseta
t-ṣeti

cintura
ìgbànú

botes
bàtà

plantofes
salubata

sabates d'esport
àwọn olùkọni

sandàlies
salubata

sabates
bàtà

botes de goma
bàtà òjò

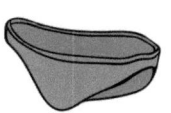

calçotets
pátá

sostenidor
kọ́mú

guardapits
fẹsiti

roba - aṣọ

bodi
ara

pantalons
ṣòkòtò

jeans
kakí

faldeta
sikẹti

brusa
bulausi

camisa
ṣẹti

jersei
dúró

dessuadora
ìbòrí

blazer
aṣọ òkè

jaqueta
aṣọ otútù

mantell
kotu

impermeable
aṣọ òjò

vestit de dona
ìmúra

vestit de dona
wọṣọ

vestit de núvia
aṣọ ìgbéyàwó

roba - aṣọ

vestit d'home
sutu

camisa de dormir
aṣọ àwọ̀sùn

pijama
pijama

sari
sari

mocador de cap
gèlè

turbant
tọbanu

burca
bọka

caftan
kafitani

abaia
abaya

vestit de bany
aṣọ ìwẹdò

calçotet de bany
aṣọ àwọ̀sókè

pantalons curts
penpe

xandall
kotu

davantal
aṣọ ìdáná

guants
ìbọ̀wọ́

roba - aṣọ

47

botó
botìnnì

ulleres
awò

braçalet
ẹgbà ọwọ́

collaret
ẹgbà ọrùn

anell
òrùka

orellera
gbígbọ́

casquet
filà

penjador
ìkọ́ kotu

barret
àkẹtẹ̀

corbata
tai

cremallera
sipu

casc
koto

elàstics
biresi

uniforme escolar
aṣọ ilé-ìwé

uniforme
yunifọmu

48 roba - aṣọ

pitet
bibu

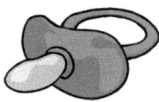
maniquí
dọmi

bolquer
ìlédìí

oficina
ọfisi

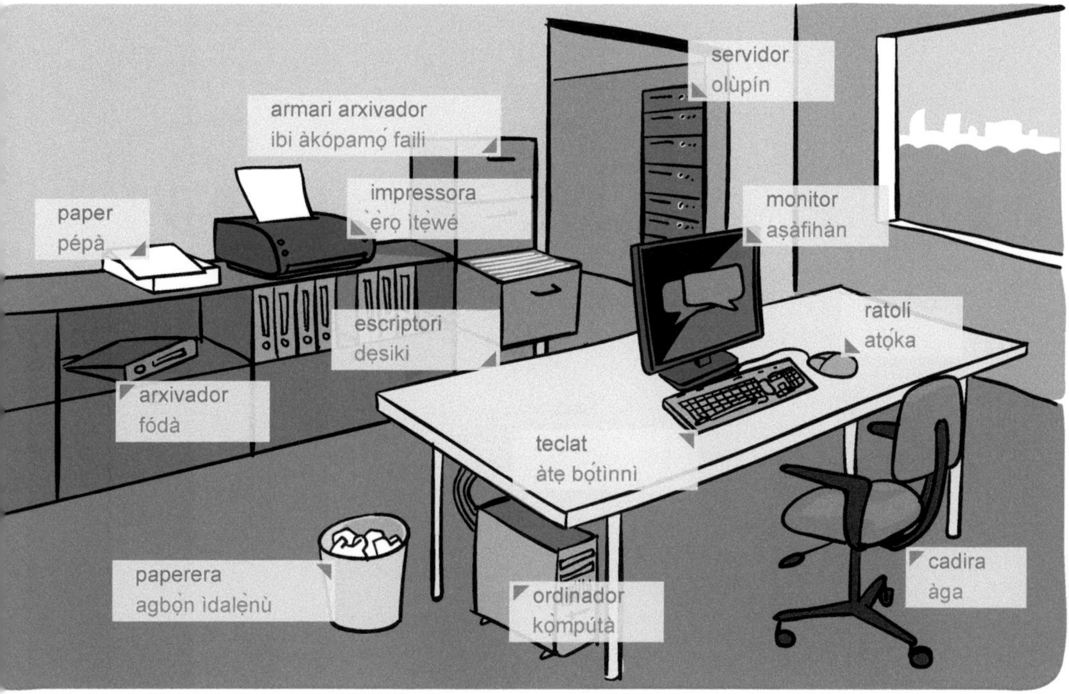

paper
pépà

armari arxivador
ibi àkópamọ́ faili

impressora
ẹ̀rọ ìtẹ̀wé

servidor
olùpín

monitor
aṣàfihàn

escriptori
dẹsiki

ratolí
atọ́ka

arxivador
fódà

teclat
àtẹ bọ́tìnnì

paperera
agbọ̀n ìdalẹ̀nù

ordinador
kọ̀mpútà

cadira
àga

tassa de cafè
ife kọfí

calculadora
ẹ̀rọ ìṣirò

Internet
ayélujára

ordinador portàtil

kọ̀mpútà àgbélétan

lletra

lẹ́tà

missatge

ìfiránṣẹ́

mòbil

alágbèéká

xarxa

nẹ́tíwọ̀kì

fotocopiadora

`ẹ̀rọ ẹ̀dà

programari

sọftwia

telèfon

`ẹ̀rọ ìbánisọ̀rọ̀

presa de corrent

ihò iná

fax

ẹ̀rọ fakisi

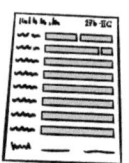

formulari

fọ́ọ̀mù

document

ìwé àkọsílẹ̀

oficina - ọfisi

economia
ọrọ̀ ajé

comprar
rà

pagar
sanwó

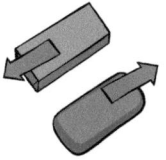

comerciar
ṣòwò

diners
owó

dòlar
dọla

euro
yuro

ien
yẹni

ruble
rọbu

franc suís
Siwisi frans

renminbi yuan
renminbi yuan

rupia
rupi

caixer automàtic
ibi owó

oficina de canvi

ibi ìpàrọ̀ owó

or

wúrà

argent

fàdákà

petroli

epo

energia

agbára

preu

iye

contracte

àdéhùn

impost

owó orí

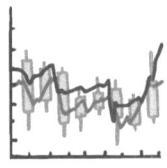

acció

ìpín ọjà

treballar

ṣiṣẹ́

treballador

òṣìṣẹ́

empresari

agbani síṣẹ́

fàbrica

ilé iṣẹ́

botiga

ìsọ̀

economia - ọrọ̀ ajé

oficis
àwọn iṣẹ́ ààyò

oficial de policia
ọ̀gá ọlọ́pàá

bomber
panápaná

cuiner
adáná

doctor
dókítà

pilot
awakọ̀ òfurufú

jardiner
olọ́gbà

fuster
gbẹ́nàgbẹ́nà

costurer
aránṣọ

jutge
adájọ́

químic
olóògùn

actor
òṣèré

oficis - àwọn iṣẹ́ ààyò

conductor d'autobús

awakọ̀ èrò

taxista

awakọ̀ èrò

pescador

apeja

dona de la neteja

omidan agbálẹ̀

ensostrador

kanlékanlé

cambrer

agbóunjẹ

caçador

ọdẹ

pintor

akunlé

forner

olùṣe ìyẹ̀fun

electricista

aṣàtúnṣe iná

obrer de la construcció

akọ́lé

enginyer

amojú ẹrọ

carnisser

alápatà

llanterner

pulọmba

correu

afiwé ránṣẹ́

oficis - àwọn iṣẹ́ ààyò

soldat
jagunjagun

arquitecte
ayàwòrán ilé

caixer
akawó

florista
olódòdó

perruquer
aṣerun lóge

revisor
adarí èrò

mecànic
aṣàtúnṣe ọkọ̀

capità
adarí

dentista
olùtọ́jú eyin

científic
onímọ̀ ijìnlẹ̀

rabí
olùkọ́ni

imam
imamu

monjo
mọnki

cura
òjíṣẹ́ Ọlọ́run

oficis - àwọn iṣẹ́ àáyò

eines
àwọn irinṣẹ́

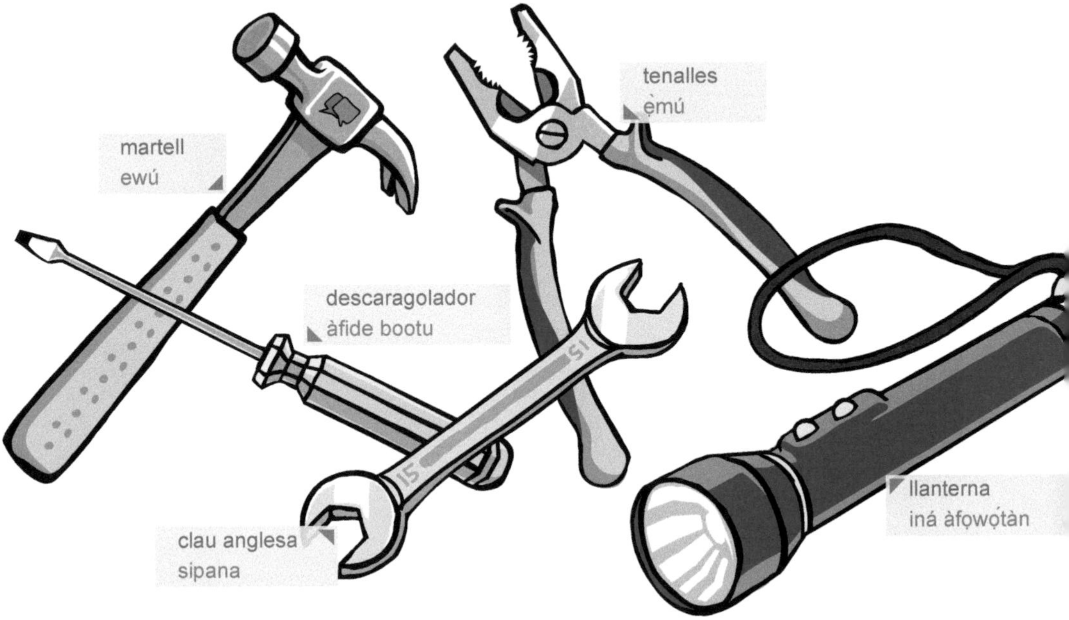

martell
ewú

tenalles
ẹ̀mú

descaragolador
àfide bootu

llanterna
iná àfọwọ́tàn

clau anglesa
sipana

excavadora

jiga

caixa d'eines

àpótí irinṣẹ́

escala

àgàsọ̀

serra

ayùn

claus

èṣó

trepant

ìlu

reparar
túnṣe

pala
sọ́bìrì

Maleït siga!
Adágún!

pala
igbá idọ̀tí

pot de pintura
kòkò ọdà

caragols
bootu

instrument de música
àwọn irinṣẹ́ orin

altaveu
gbohùngbohùn

bateria
àkópọ̀ ìlù

guitarra
jita

contrabaix
baasi oníméjì

trompeta
fèrè

piano
dùrù

violí
faolin

baix
baasi

timbal
timpani

tambor
àwọn ìlù

teclat
kiibọdu

saxofon
sasofonu

flauta
fèrè ìpè

micròfon
ẹ̀rọ gbohùngbohùn

instrument de música - àwọn irinṣẹ́ orin

zoo
ibi ẹranko

tigre / ẹkùn
gàbia / ibi ìhámọ́
zebra / àgbọ̀nrín
aliment per a animals / oúnjẹ ẹranko
entrada / ìwọlé
ós panda / panda

animals
àwọn ẹranko

elefant
erin

cangurú
kangaruu

rinoceront
raino

goril·la
ọ̀bọ lagido

ós
biari

camell

kẹtẹkẹtẹ

estruç

ẹyẹ agùnlọrùn

lleó

kìnìún

simi

ọbọ

flamenc

yọjayọja

papagai

ayékòótọ́

ós polar

biari omi

pingüí

pinguin

ca mari

ṣaki

paó

ọ̀kín

serp

ejò

cocodril

ọnì

guardià del zoo

olùtọ́jú ibi ẹranko

foca

sili

jaguar

jagua

zoo - ibi ẹranko

poni
poni

lleopard
ẹkùn

hipopòtam
ẹran omi

girafa
jirafi

àliga
àṣá

senglar
ẹlẹ́dẹ́ igbó

peix
ẹja

tortuga
ìjàpá

morsa
wọrọsi

guineu
kọ̀lọ́kọ̀lọ̀

gasela
gasẹli

zoo - ibi ẹranko

esports
àwọn eré ìdárayá

futbol americà
Bọ́ọ̀lù àfẹsẹ̀gbá Amẹrika

ciclisme
kẹ̀kẹ́

tenis
tẹnisi

bàsquet
bọ́ọ̀lù agbọ̀n

natació
iwẹ̀ odò

boxa
ẹlẹ́sẹ̀ẹ́

hoquei sobre gel
ọ́ki yìnyín

futbol americà
bọ́ọ̀lù àfẹsẹ̀gbá

bàdminton
badmintin

atletisme
àwọn tí ń sáré

handbol
bọ́ọ̀lù ọlọ́wọ́

esquí
eré orí yìnyín

polo
polo

activitats
àwọn iṣẹ́

- saltar / fò
- riure / rẹ́rìín
- abraçar / dìmọ́
- anar / rìn
- cantar / kọrin
- somiar / àlá
- pregar / gbàdúrà
- fer un petó / fẹnukò

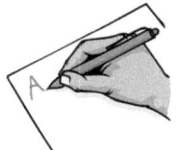

escriure
kọ̀wé

dibuixar
yàwòrán

mostrar
fihàn

empènyer
tì

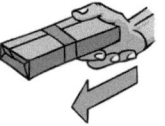

donar
funni

prendre
mú

activitats - àwọn iṣẹ́

tenir
ní

fer
şe

ésser
jẹ́

estar dret
dúró

córrer
sáré

estirar
fà

llençar
jù

caure
şubú

jeure
parọ́

esperar
dúró

portar
gbé

asseure's
jókòó

vestir-se
múra

dormir
sùn

despertar-se
jí

activitats - àwọn iṣẹ́

mirar
wo

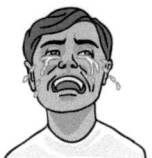

plorar
kígbe

picar
ọ̀pá

pentinar
ìlarun

parlar
sọ̀rọ̀

comprendre
lóye

demanar
bèrè

escoltar
tẹ́tí

beure
omi

menjar
jẹun

endreçar
palẹ̀mọ́

estimar
ìfẹ́

cuinar
dáná

conduir
wakọ̀

volar
fò

activitats - àwọn iṣẹ́

navegar
ìgbín

calcular
şírò

llegir
kàwé

aprendre
kọ́

treballar
şişẹ́

casar-se
gbéyàwó

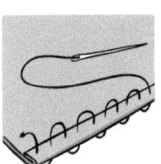
cosir
ránşọ

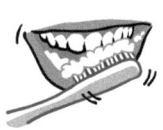
raspallar-se les dents
fọ eyín

matar
pa

fumar
mu sìgá

enviar
firánşẹ́

activitats - àwọn işẹ́

família
ẹbí

- àvia / ìyá ńlá
- avi / bàbá ńlá
- pare / bàbá
- mare / ìyá
- nadó / ọmọdé
- filla / ọmọbìnrin
- fill / ọmọkùnrin

convidat
àlejò

tia
àbúrò ìyá

oncle
àbúrò bàbá

germà
arákùnrin

germana
arábìnrin

cos
ara

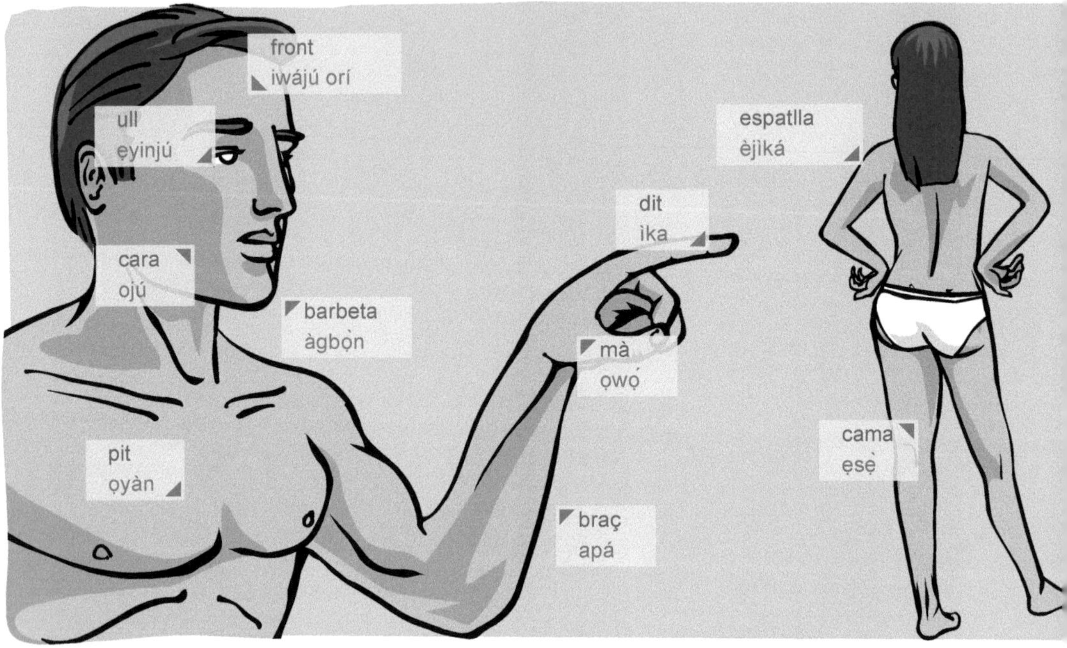

front — ìwájú orí
ull — ẹyinjú
espatlla — èjìká
dit — ìka
cara — ojú
barbeta — àgbọ̀n
mà — ọwọ́
pit — ọyàn
cama — ẹsẹ̀
braç — apá

nadó
ọmọdé

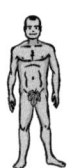

home
ọkùnrin àgbà

dona
obìnrin àgbà

noia
obìnrin

noi
ọkùnrin

cap
orí

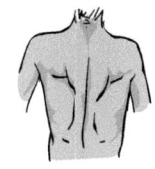

esquena
ẹ̀yìn

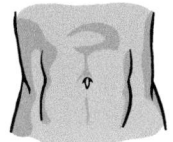

panxa
inú

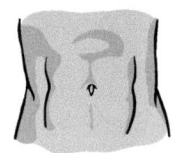

melic
idodo

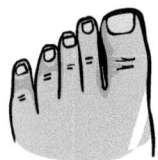

dit gros del peu
ìka ẹsẹ̀

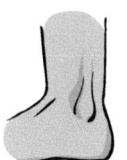

taló
ẹ̀yìn ẹsẹ̀

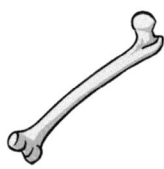

os
egungun

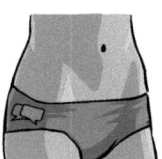

maluc
ìbàdí

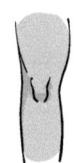

genoll
orúnkún

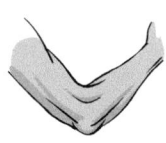

colze
ìgúpá

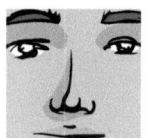

nas
imú

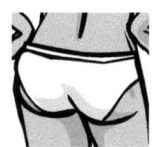

cul
ìdí

pell
awọ

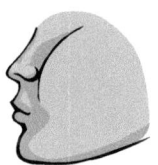

galta
ẹ̀rẹ̀kẹ̀

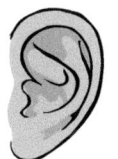

orella
etí

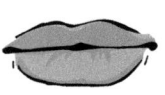

llavi
ètè

cos - ara

	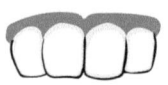	
boca	dent	llengua
ẹnu	eyín	ahọ́n
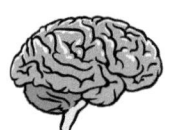	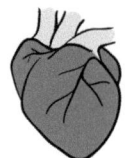	
cervell	cor	múscul
ọpọlọ	ọkàn	iṣan
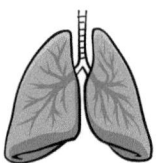		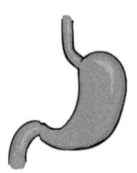
pulmó	fetge	estómac
ìfun	ẹ̀dọ̀	ikùn
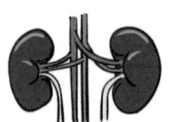		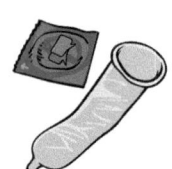
ronyó	sexe	preservatiu
kíndìrín	ìbálòpọ̀	rọ́bà àbò
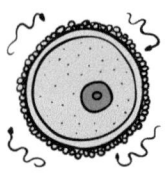		
ovari	semen	prenyat
ofumu	àtọ̀	oyún

cos - ara

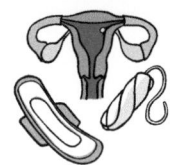

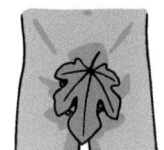

menstruació
ǹkan oṣù

vagina
òbò

penis
okó

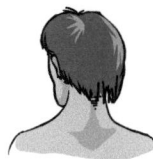

cella
ìpénpéjú

cabells
irun

coll
ọrùn

cos - ara

hospital
ilé ìwòsàn

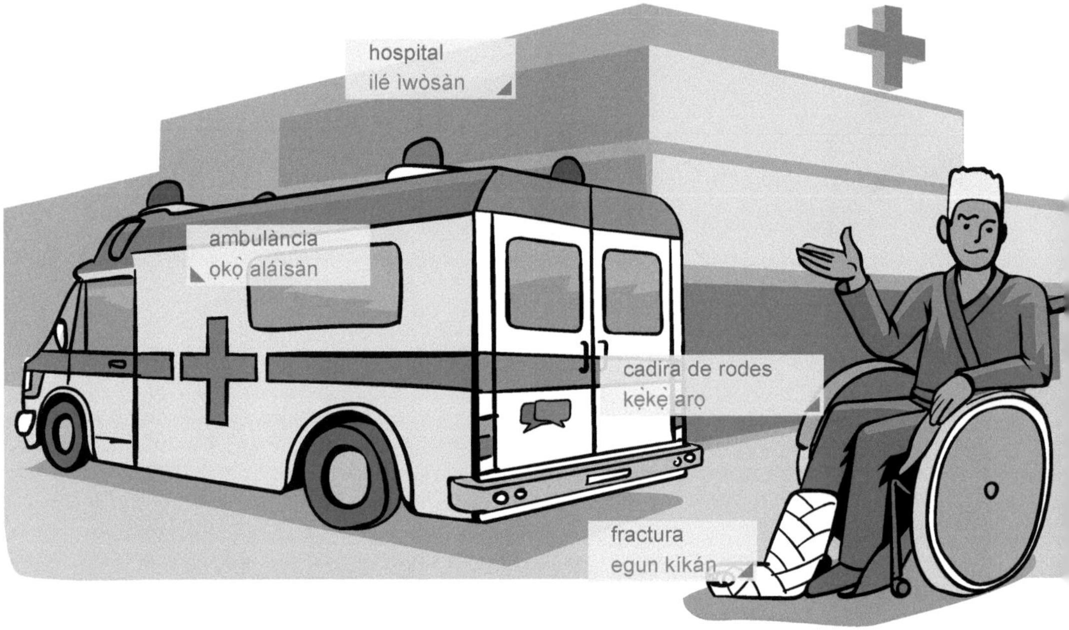

hospital
ilé ìwòsàn

ambulància
ọkọ̀ aláìsàn

cadira de rodes
kẹkẹ́ arọ

fractura
egun kíkán

doctor

dókítà

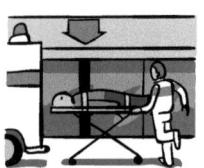

sala d'urgències

yàrá pàjáwìrì

infermera

nọ́ọ̀sì

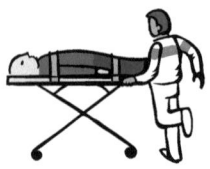

urgència

pàjáwìrì

inconscient

dákú

dolor

ìrora

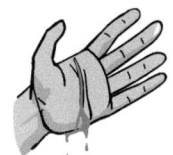

ferida
egbò

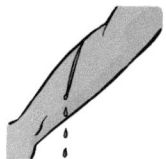

sagnament
èjè dídà

atac de cor
àìsàn ọkàn

apoplexia
rọpárọsẹ̀

al·lèrgia
àlébù ògùn

tos
ikọ́

febre
ibà

gripa
ọ̀finkìn

diarrea
ìgbẹ́ gburu

mal de cap
ẹ̀fọ́rí

càncer
jẹjẹrẹ

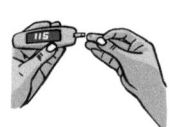

diabetis
ìtọ̀ ṣúgà

cirurgià
alábẹ

escalpel
abẹfẹ́lẹ́

operació
iṣẹ́ abẹ

hospital - ilé ìwòsàn

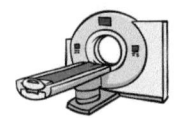

tomografia computada (TC), TAC
CT

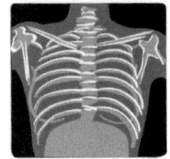

raigs x
x-ray

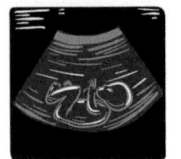

ultrasò
ọtirasandi

mascareta
aṣọ ìbòjú

malaltia
àrùn

sala d'espera
yàrá ìdúró

crossa
òpá

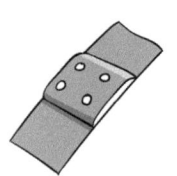

tireta
àlẹ̀mọ́

embenat
aṣọ àfiwé

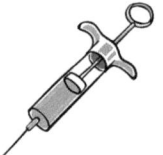

injecció
abẹ́rẹ́

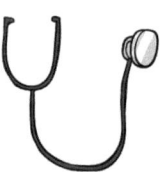

estetoscopi
àyẹ̀wò èémì

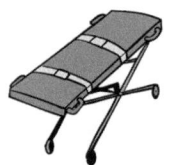

llitera
àtẹ aláìsàn

termòmetre clínic
ẹ̀rọ ìwọ̀n oru ilé ìwòsàn

pariment
ìbí

sobrepès
ìsanrajù

hospital - ilé ìwòsàn

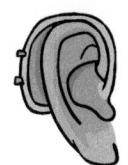

aparell auditiu

ẹ̀rọ àfigbọ́rọ̀

desinfectant

apa kòkòrò

infecció

àkóràn

virus

kòkòrò

VIH / SIDA

Àrùn HIV / AIDS

medicina

òògùn

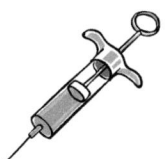

vaccí

àjẹsára

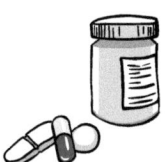

comprimits

tabulẹti

pastilla

òògùn

trucada d'urgència

ìpè pàjáwìrì

tensiòmetre

atọpinpin ẹ̀jẹ̀ ríru

malalt / sa

àìsàn / lera

hospital - ilé ìwòsàn

urgència
pàjáwìrì

Socors!
Ìrànlọ́wọ́!

alarma
ìtanijí

assalt
ìlùnì

atac
ìdójukọ

perill
ewu

sortida d'urgència
ìjáde pàjáwìrì

Foc!
Iná!

extintor
panápaná

accident
ìjàmbá

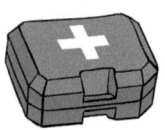

farmaciola de primers auxilis
àpótí ìtọ́jú aláìsàn

SOS
SOS

policia
ọlọ́pàá

terra
Ayé

Europa
Yuropu

Amèrica del Nord
North Amerika

Amèrica del Sud
South Amerika

Àfrica
Afirika

Àsia
Esia

Austràlia
Osirelia

Atlàntic
Atlantic

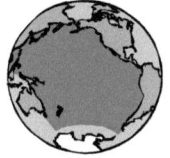
Pacífic
Pacific

Oceà Índic
Indian Ocean

Oceà Antàrtic
Antarctic Ocean

Oceà Àrtic
Arctic Ocean

pol nord
Òpó Ìlà Òrùn

pol sud
Òpó Ìwọ̀ Òrùn

Antàrtida
Antarctica

terra
Ayé

país
ilẹ̀

mar
òkun

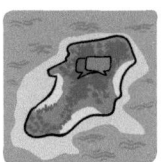

illa
erékùsù

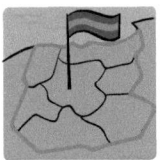

nació
orílẹ̀-èdè

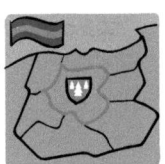

estat
ìpínlẹ̀

rellotge
aago

quadrant

ojú aago

agulla de les hores

ọwọ́ wákàtí

agulla dels minuts

ọwọ́ ìṣẹ́jú

agulla dels segons

ọwọ́ ìṣẹ́jú ààyá

Quina hora és?

Kínni aago sọ?

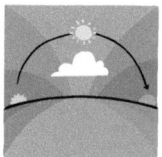

dia

ojọ́

temps

àkókò

ara

báyìí

rellotge digital

aago onínọ́mbà

minut

ìṣẹ́jú

hora

wákàtí

setmana
ọsẹ̀

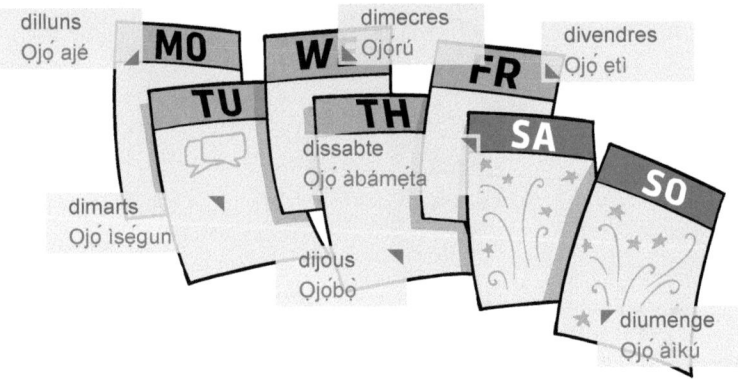

- dilluns — Ojọ́ ajé
- dimarts — Ojọ́ ìṣẹ́gun
- dimecres — Ojọ́rú
- dijous — Ojọ́bọ̀
- divendres — Ojọ́ ẹtì
- dissabte — Ojọ́ àbámẹ́ta
- diumenge — Ojọ́ àìkú

ahir
àná

avui
òní

demà
ọ̀la

matí
àárọ̀

migdia
ọ̀sán

tarda
ìrọ̀lẹ́

dia feiner
àwọn ojọ́ iṣẹ́

cap de setmana
ìparí ọsẹ̀

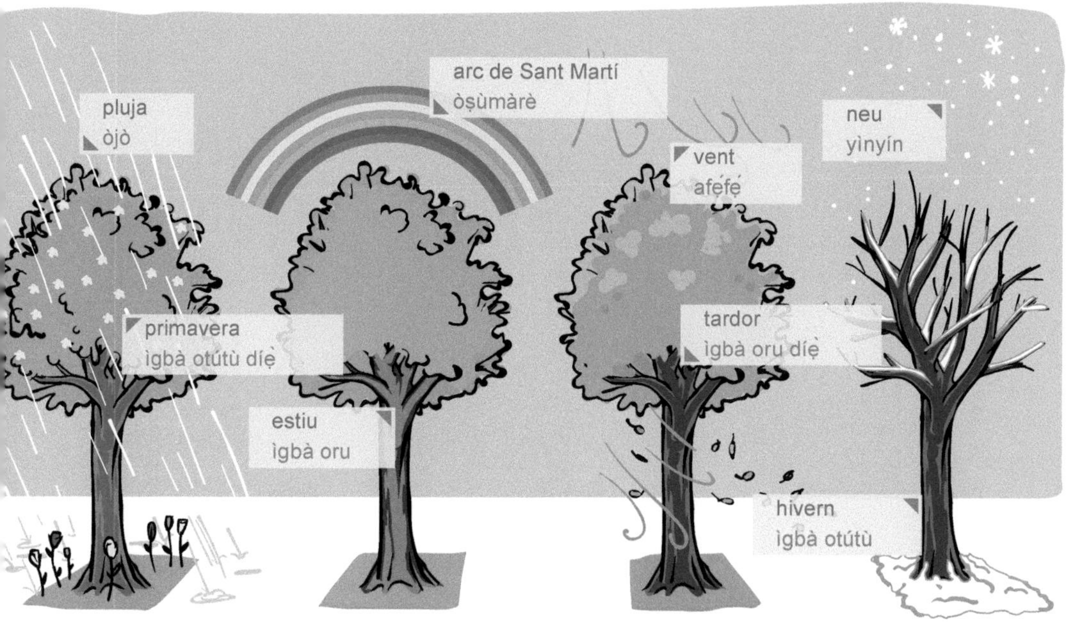

any
ọdún

pluja
òjò

arc de Sant Martí
òṣùmàrè

vent
afẹ́fẹ́

neu
yìnyín

primavera
ìgbà òtútù díẹ̀

estiu
ìgbà oru

tardor
ìgbà oru díẹ̀

hivern
ìgbà òtútù

pronòstic del temps
ìsọtẹ́lẹ̀ ojú-ọjọ́

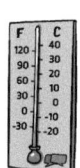

termòmetre
ẹ̀rọ ìwọ̀n oru

llum del sol
ìtànsán òrùn

núvol
òfurufú

boira
ọ̀pọ̀lọ́

humitat de l'aire
ọgìnniti

llamp
iná

tro
àrá

tempesta
ijì

calamarsa
kùrukùru

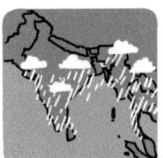

monsó
afẹ́fẹ́

inundació
àgbàrá

gel
omi dídì

gener
Oṣù kínní

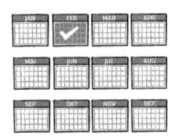

febrer
Oṣù kejì

març
Oṣù kẹẹ̀ta

abril
Oṣù kẹẹ́rin

maig
Oṣù kaàrún

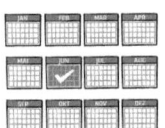

juny
Oṣù kẹfà

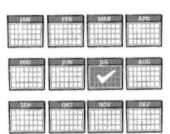

juliol
Oṣù keèje

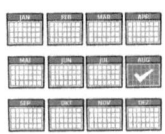

agost
Oṣù keẹ̀jọ

any - ọdún

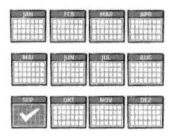
setembre

Oṣù kẹẹ̀sán

octubre

Oṣù keẹ̀wá

novembre

Oṣù kọkànlá

desembre

Oṣù kejìlá

formes
àwọn ìrísí

cercle

róbótó

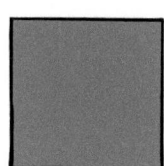
quadrat

onígun mẹrin dọ́gba dọ́gba

rectangle

onígun mẹrin

triangle

onígun mẹ́ta

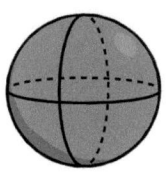
esfera

sifia

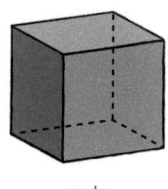
cub

kubu

colors
àwọn àwọ̀

blanc
funfun

groc
yẹlo

taronja
olómi ọsàn

rosa
pinki

vermell
pupa

lila
pọpu

blau
bulu

verd
aláwọ̀ ewé

marró
buranu

gris
rẹsúrẹsú

negre
dúdú

oposats
òdì

molt / poc
ọ̀pọ̀ / níwọ̀nba

emprenyat / tranquil
bínnú / farabalẹ̀

bonic / lleig
rẹwà / òbùrẹwà

començament / fi
bíbẹ̀rẹ̀ / òpin

gran / petit
ńlá / kékeré

clar / fosc
mọ́lẹ̀ / dúdú

germà / germana
arákùnrin / arábìnrin

net / brut
mímọ́ / dọtí

complet / incomplet
parí / àìparí

dia / nit
ojọ́ / alẹ́

mort / viu
kú / àyè

ample / estret
fẹ̀ / tínrín

comestible / immenjable

jíjẹ / àìlèjẹ

dolent / amable

ibi / dára

entusiasmat / entediat

dunnú / sísú

gros / prim

tóbi / tínrín

primer / darrer

àkọ́kọ́ / ìgbẹ̀yìn

amic / enemic

ọ̀rẹ́ / ọtá

ple / buit

kún / ṣófo

dur / tou

le / rọ̀

pesant / lleuger

wúwo / fúyẹ́

gana / set

ebi / òhùngbẹ

malalt / sa

àìsàn / lera

il·legal / legal

tàpá sófin / bá òfin mu

intel·ligent / ximple

ọlọ́gbọ́n / òmùgọ̀

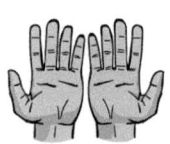

esquerra / dreta

òsì / ọ̀tún

prop / llunyà

tòsí / jìnnà

nou / usat
tuntun / àlòkù

res / quelcom
àìsí nkan / níní nkan

vell / jove
arúgbó / ọ̀dọ́

encès / apagat
tàn / kú

obert / tancat
ṣí / padé

silenciós / sorollós
dákẹ́ / pariwo

ric / pobre
lọ́rọ̀ / tòsì

correcte / incorrecte
tọ̀nà / àìtọ̀nà

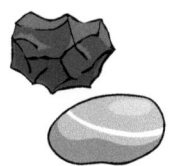

aspre / suau
àìdán / dán

trist / content
banújẹ́ / dunú

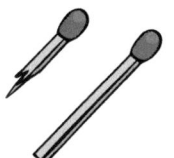

curt / llarg
kúrú / gùn

lent / ràpid
lọ́ra / yára

humid / sec - eixut
tutù / gbẹ

calent / fred
lọ́wọ́rọ́ / otútù

guerra / pau
ogun / àlàfía

oposats - òdì

nombres
nọ́mbà

0
zero
òdo

1
u
méní

2
dos
méjì

3
tres
mẹ́ta

4
quatre
mẹ́rin

5
cinc
márùún

6
sis
mẹ́fà

7
set
méje

8
vuit
mẹ́jọ

9
nou
mẹ́sàán

10
deu
mẹ́wàá

11
onze
mọ́kànlá

12
dotze
méjìlá

13
tretze
mẹ́tàlá

14
catorze
mẹ́rìnlà

15
quinze
mẹ́dogun

16
setze
marundinlógún

17
disset
mẹ́tàdínlógún

18
divuit
méjìdínlógún

19
dinou
mọ́kàndínlógún

20
vint
ogún

100
cent
ọgọ́rùún

1.000
mil
ẹgbẹ̀rún

1.000.000
milió
miliọnu

llengües
àwọn èdè

anglès
Gẹ̀ẹ́sì

anglès americà
Gẹ̀ẹ́sì Ilẹ̀ Amẹ́ríkà

xinès mandarí
Mandarini Ṣaina

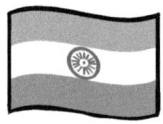

hindi
Hindi

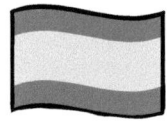

espanyol
Sipanishi

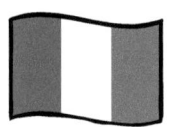

francès
Faransé

àrab
Lárúbáwá

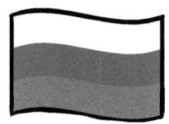

rus
Rọsia

portuguès
Pọtugi

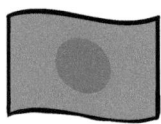

bengalí
Bẹngali

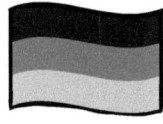

alemany
Jamani

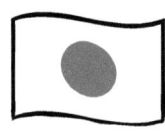

japonès
Japanisi

qui / què / com
tani / kínni / báwo

jo
Èmi

tu
ìwọ

ell / ella / allò
ọkùnrin / obìnrin / nkan

nosaltres
àwa

vosaltres
ìwọ

ells
àwọn

qui?
tani?

què?
kínni?

com?
báwo?

on?
níbo?

quan?
nígbà wo?

nom
orúkọ

on
níbo

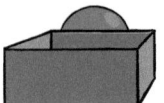

darrere

lẹ́yìn

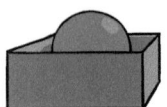

en

inú

davant de

níwájú

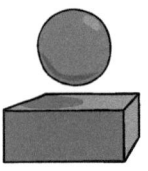

sobre

lókè

a

lórí

sota

lábẹ́

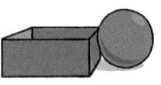

al costat

lẹgbẹ́ẹ́

entre

láàrín

lloc

ibi